Tả Phìn Hồ - Ngôi Làng Trong Sương

Truyện ký

Kiều Bích Thủy

Ukiyoto Publishing

All global publishing rights are held by

Ukiyoto Publishing

Published in 2024

Content Copyright © Kiều Bích Thủy

ISBN 9789362693761

All rights reserved.
No part of this publication may be reproduced,
transmitted, or stored in a retrieval system, in any
form by any means, electronic, mechanical,
photocopying, recording or otherwise, without the
prior permission of the publisher.

The moral rights of the author have been asserted.

This is a work of fiction. Names, characters, businesses,
places, events, locales, and incidents are either the
products of the author's imagination or used in a
fictitious manner. Any resemblance to actual persons,
living or dead, or actual events is purely coincidental.

This book is sold subject to the condition that it shall
not by way of trade or otherwise, be lent, resold, hired
out or otherwise circulated, without the publisher's
prior consent, in any form of binding or cover other
than that in which it is published.

www.ukiyoto.com

Trân trọng cảm ơn Bác sĩ Hoàng Sầm và KDL Tả Phìn Hồ đã cung cấp thông tin và gợi nguồn cảm hứng để tác giả viết nên tác phẩm này

Contents

Chương I: - Định danh nỗi sợ	1
Chương II - Ở chốn thiền môn	13
Chương III - Hạnh phúc khi cô đơn	24
Chương IV - Đi theo tiếng suối	32
Chương V - Dịch chuyển	39
About the Author	*48*

Chương I: - Định danh nỗi sợ

Cơn ngứa râm ran ở gần mắt cá chân thôi thúc những ngón tay của tôi không ngừng cử động, nhưng thay vì cào cấu cho thật đã, tôi chỉ dám xoa nhẹ lên vết thương hình elip bé xíu. Tôi đoán, sau lớp vảy cứng sần sùi màu nâu đậm là những tế bào mới hình thành, chúng đang nỗ lực đan vào nhau để tạo thành lớp da non, vá víu vết cắn cách đây hơn một tuần. Đó là trải nghiệm kinh hoàng khi lần đầu tiên tôi thực hiện chuyến trekking ngẫu hứng trong rừng nguyên sinh.

***

10 phút nghỉ giải lao trước khi bắt đầu phần 2 buổi Hội thảo, tôi đứng ngoài hành lang, thả mắt vào hàng cây sung đang được nước mưa gột rửa, làm lộ ra những tán cây xanh non thuần khiết và những chùm quả tinh khôi. Chúng khiến tôi nghĩ đến chia sẻ của một người bạn: "Quả sung rất tốt cho sức khỏe hệ tiêu hóa, đặc biệt là những ai mắc chứng nhạy cảm đường ruột". Vừa hay, Hội thảo lần này, bác sĩ Hoàng cùng các cộng sự của ông bàn luận về ung thư đường tiêu hóa - căn bệnh ngày càng phổ biến trong cuộc sống hiện đại. Nó có thể gây tổn hại nghiêm trọng và là án tử được báo trước. Đó là lý do căn bệnh này gieo rắc nỗi sợ hãi cho cả những người chưa bị nó gọi tên.

Tôi vụng nghĩ, hình như bất cứ loài cây nào cư ngụ quanh không gian sống và làm việc của bác sĩ Hoàng, đều là cây dược liệu.

Sau buổi Hội thảo Khoa học tại Thái Nguyên, bác sĩ Hoàng rủ nhà báo Hạnh và tôi đi về phía đông bắc huyện Bắc Quang, tỉnh Hà Giang, để thăm vườn dược liệu. Tôi từng nghe rằng địa thế ở đây hiểm trở, đường sá xa xôi nên kho dược liệu đã bị ngủ quên. Phải đến khi được đánh thức, nó mới trở thành hàng hóa giúp người dân xóa đói giảm nghèo. Người có công khai sơn phá thạch cho cả vùng dược liệu nguyên thủy này chính là bác sĩ Hoàng.

Chúng tôi xuất phát lúc đầu giờ chiều cùng trợ lý Khôi - một chàng trai thế hệ Z - người được bác sĩ Hoàng tin tưởng giao phó vai trò cầm lái. Chiếc xe Mer 4 chỗ vừa vặn cho 4 người. Đồng hành với chúng tôi là vòm trời màu xám sậm cùng những hạt mưa lâm râm.

Mưa không ngớt chút nào kể từ lúc Hội thảo bắt đầu cho đến khi chúng tôi lên xe rời khỏi Thái Nguyên. Những trận mưa vào độ cuối xuân là công cụ thử thách lòng kiên nhẫn của con người. Mưa từ các đám mây vũ tầng, cao tầng rơi xuống thường có hạt trung bình, tốc độ rơi cũng đều đặn và không dữ dội như độ giữa hè, mưa lai rai mãi không ngừng nên người ta mới gọi là mưa dầm. Đó là những gì tôi có thể nhớ được sau một lần hiếm hoi lật giở mấy trang sách khoa học.

Nhà báo Hạnh khuấy tan bầu không khí hơi rầu rĩ trong xe bằng câu nói như vừa được tẩm "doping" tinh thần:

- Mưa là có lộc đấy, thầy nhỉ!

Bác sĩ Hoàng ậm ừ, trợ lý Khôi vẫn chăm chú quan sát cung đường phía trước bằng mắt, bằng mũi, bằng cả đôi tai. Tôi có cảm giác cậu đang lái xe bằng cả sinh mạng, vì trước đó bác sĩ Hoàng nửa đùa nửa thật rằng chuyến đi này là cơ hội để bản lĩnh của Khôi được thẩm định. Mỗi khi thấy biểu cảm nghiêm túc phủ lên nét mặt non nớt của Khôi, tôi không thể nhịn cười. Thi thoảng tôi nghe lỏm được bác sĩ Hoàng trêu Khôi:

- Cái tụi trẻ này độ dốt rất cao.

Bất kể bác sĩ Hoàng "dìm" Khôi đến mức nào, tôi vẫn thấy cậu là người cẩn trọng hiếm có so với những thanh niên khác cùng tuổi. Cách cầm lái vô cùng nắn nót của cậu giúp tôi không ngán ngẩm vài trăm kilomet trước mặt.

- Thầy ơi, người ta giảm hệ miễn dịch của chuột thí nghiệm bằng cách nào trước khi tiêm tế bào ung thư vào cơ thể chúng?

Tôi bật ra câu hỏi ngờ nghệch sau khi đã quận ruột vì chiêm ngưỡng vẻ mặt của Khôi qua mảnh gương chiếu hậu. Bác sĩ Hoàng trả lời rất tỉ mỉ. Bất cứ băn khoăn gì liên quan chuyên môn ngành Y, ông đều phân tích một cách chu đáo, tới mức người hỏi phải ngỡ ngàng, sau đó mới là cảm giác rất đã, như thể mình vừa được khai sáng một vùng kiến thức lâu nay bị sương mù che phủ.

Từ khi dấn thân vào nghề báo, tôi chỉ quen viết mảng văn hóa - giải trí, chưa bao giờ tưởng tượng ngày mình lại viết về ngành Y - lĩnh vực đòi hỏi tính chuẩn xác tuyệt đối. Nghĩ đến việc đó thôi, tôi đã sợ vã mồ hôi. Thế mà, khi tiếp xúc với bác sĩ Hoàng, lối trò chuyện chậm rãi và cách dùng ngôn từ đầy tính chọn lọc của ông khiến tôi thấy nhiều thuật ngữ trong ngành Y trở nên dễ hiểu hơn rất nhiều.

**

Trợ lý Khôi tắt nút điều chỉnh cần gạt mưa, trời hoảnh ráo lúc nào mà tôi không biết. Nhà báo Hạnh nhắc tôi mở điện thoại để kiểm tra thời tiết trong vài ngày tới. Liều "doping" tinh thần chị nạp cho tôi trước đó chưa suy giảm chút nào, tôi bạo miệng phát biểu:

- Chị yên tâm. Lần nào chúng mình đi chơi, thời tiết đều trộm vía!

Tôi nhất quyết không tiết lộ với nhà báo Hạnh rằng sáng nay tôi nghe tivi thông báo mưa sẽ dùng dằng đến hết tuần. Hình như lộ trình đỏng đảnh của những đám mây nằm ngoài suy tính của các dự báo viên khí tượng. Giờ mới thấy, dự báo thời tiết xấu chính là cơ hội để chúng tôi trở thành những kẻ độc hành trên con đường thơ mộng như được vẽ ra từ truyện cổ tích. Chiếc xe uốn lượn không khác gì cách di chuyển của loài rắn. Tôi nghiện cảm giác được luồn lách trong mê cung xanh mà dường như không có điểm kết thúc.

Bác sĩ Hoàng bất ngờ đề nghị đổi vị trí với trợ lý Khôi. Âm thanh "lộc cộc" dưới gầm xe tiết lộ lý do ông phải cầm lái. Màu xanh bên ngoài cửa xe không còn thôi miên tôi được nữa, thay vào đó là cảm giác chếnh choáng nhẹ do xe liên tục bị lắc sang trái rồi lại lắc sang phải. Tôi nín thở, liếc sang nhà báo Hạnh, thấy chị bất ổn chẳng kém gì mình. Bác sĩ Hoàng điều khiển vô lăng như một game thủ đua xe tốc độ cao. Băng qua vài chục kilomet thách đố thần kinh của 2 nữ du khách, bác sĩ Hoàng hồ hởi thông báo:

- Thế là đã hết đoạn đường xấu, giờ mới đến đoạn đường rất xấu.

Trợ lý Khôi đang ngủ gật cũng phải choàng tỉnh vì thông tin vừa giật gân vừa hài hước này. Tiếng cười bật ra không khác gì một liệu pháp detox tâm trí. Tôi thấy toàn thân nhẹ nhõm bất kể đoạn đường rất xấu đang khiến chiếc xe liên tục chồm lên chồm xuống. Trước khi rẽ vào con đường triệu đô dẫn đến khu nghỉ dưỡng đặc biệt của Tả Phìn Hồ, chúng tôi buộc phải vượt qua thử thách mạo hiểm được coi là "đặc sản" của vùng đất Tột Bắc.

***

Từ độ cao gần 2.000 mét, bầu trời Tả Phìn Hồ thả xuống những cụm mây được đan bằng những hạt nước li ti như hạt bụi ôm ấp lấy tôi. Màn chào đón quá ấn tượng này tôi chưa từng gặp ở bất kỳ nơi nào. Tôi từng lên kế hoạch săn mây biết bao lần nhưng chưa thể thực hiện, giờ đây được trải nghiệm cảm giác mây săn người, thật quá sức tưởng tượng.

- Cộp!

Bác sĩ Hoàng chỉ vào lọ thuốc ông vừa đặt xuống bàn, nhắc tôi và nhà báo Hạnh mỗi ngày uống 2 viên để có sức mà chơi trong thời gian lưu trú tại đây. Tôi nghĩ ông đang lo lắng quá mức, bởi cảnh sắc Tả Phìn Hồ đã kịp kê cho hai chị em liều vitamin tổng hợp có tác dụng trọn đời. Ngắm những đám mây dắt nhau sà xuống, nhõng nhẽo quanh mình, tôi thấy khỏe khoắn, sảng khoái đến nỗi quên mất cả một ngày dài di chuyển trên đường. Khoảnh khắc đó, tôi để mặc tâm trí mình lang thang vô định.

***

Trợ lý Khôi dẫn tôi và nhà báo Hạnh ra phía cổng khu nghỉ dưỡng. Ở đó, chúng tôi nhập hội với Dương Tú - một thanh niên dân tộc Dao sở hữu thân hình rắn rỏi, săn chắc. Nhìn là biết cậu sẽ đảm nhiệm vai trò thủ lĩnh chuyến trekking ngẫu hứng này. Bác sĩ Hoàng đang bận điều hành một cuộc họp online. Đến khu nghỉ dưỡng nhưng ông không có khái niệm ngơi nghỉ. Mọi ngóc ngách ở Tả Phìn Hồ đều đã nằm gọn trong lòng bàn tay nên dĩ nhiên ông không còn tha thiết khám phá nó nữa. Trợ lý Khôi cũng đã đến đây vài lần, chỉ có tôi và nhà báo Hạnh bận rộn sửa soạn tâm hồn đẹp để tan vào không gian thuần khiết.

Theo kịch bản của Dương Tú, trước khi đến được đỉnh Bèng Bọ - ngọn núi cao nhất của Tả Phìn Hồ - để ngắm mây, chúng tôi sẽ phải di chuyển qua 3 ngọn đồi, băng qua thác Năng Lượng. Tôi nhớ trên đường đến Hà Giang, bác sĩ Hoàng kể rằng dòng thác này chưa có tên cho đến khi ông và một nhóm nhà khoa học đến đây khảo sát. Ngồi thiền ở thác tầm 30 phút, ông nhận thấy chỉ số Bovis - còn gọi là chỉ số năng lượng - tăng cao, tác động tức thời đến sức khỏe tinh thần và thể chất, nên kể từ đó ông đặt tên cho dòng thác này là thác Năng Lượng.

Sức hút của thác Năng Lượng khiến tôi và nhà báo Hạnh quyết tâm lao vào khu rừng nguyên sinh chứa đầy những điều kỳ thú và cả những điều rùng rợn, trong đó có vắt. Nỗi ám ảnh về loài ký sinh chưa từng nhìn thấy bao giờ làm tôi thấp thỏm lo sợ. Dương Tú đi phía trước, con dao quắm lúc nào cũng nằm gọn trong tay cậu để dọn sẵn lối cho nhà báo Hạnh và tôi bám gót. Trợ lý Khôi ở vị trí chốt đoàn, cậu liên tục nhắc tôi:

- Chị nhìn phía trước, em nhìn phía sau, nếu thấy vắt thì bảo em ngay nhé.

Mới xuất hành được vài chục mét, chưa thấy dấu hiệu của vắt nên tôi hơi chủ quan, nghĩ rằng mình di chuyển nhanh thế này, vắt làm sao có thể kịp bám vào chân. Trợ lý Khôi lại nhắc:

- Chị không biết bọn vắt đáng sợ thế nào đâu. Lần trước em đến đây, thấy vắt bám kín mặt lá cây, kinh dị lắm.

Tiếng hét xé màng nhĩ của nhà báo Hạnh làm tôi bủn rủn. Chúng tôi chính thức đặt chân vào lãnh địa của vắt.

- Phải di chuyển liên tục, không được dừng lại.

Sau khi tận mắt chiêm ngưỡng vắt hiện hình với đủ loại kích cỡ, tôi nghe thấy cả tiếng thở của nhà báo Hạnh. Chị đi bộ mà như đang chạy.

Kể từ thời khắc này, từng nano giây bất cẩn cũng có thể là cơ hội để vắt tấn công. Tôi ngoăn ngoắt nhìn trước rồi quay sau để kiểm tra đôi ủng màu trắng của mình. Lúc này tôi mới thấm cơn mệt. May mắn là trước khi xuất hành, linh tính mách bảo tôi ngậm 2 viên thuốc hỗ trợ sức khỏe tim mạch mà bác sĩ Hoàng đưa cho khi mới đến Tả Phìn Hồ. Phải kiểm soát được nhịp thở, tôi mới có thể bắt kịp tốc độ của Dương Tú và nhà báo Hạnh. Trong lúc rộn rạo đưa chân, trợ lý Khôi vẫn kịp dùng gậy gạt phăng vài chục con vắt phi thân vào ủng của tôi. Không thể đùa với tốc độ và kỹ năng của vắt.

Đôi ủng phủ họa tiết rằn ri xanh đậm dường như đang trêu ngươi trợ lý Khôi, tôi thấy cậu căng mắt ra để tìm vắt. Thêm một lần nữa, tôi lại thấy mình ăn may vì ngay từ đầu đã chọn đôi ủng màu trắng, dù tôi chẳng có kinh nghiệm gì về vắt.

Âm thanh của nước trùm lên từng tế bào khiến cơ thể tôi bỗng chốc nhẹ bẫng như vừa được nhấc khỏi mặt đất.

- Thác Năng Lượng đây rồi.

Dương Tú bảo, theo kinh nghiệm của người bản địa, nếu đi vào rừng chẳng may bị lạc, cứ lần theo tiếng nước chảy là có thể về nhà.

Không khí ẩm ướt khiến lối đi rất dễ bị trơn trượt nên chúng tôi không thể trải nghiệm bộ môn thiền tại đây, như chỉ dẫn của bác sĩ Hoàng. Nhưng chỉ cần 5 phút dạo quanh dòng thác cũng đủ cho chúng tôi "sạc pin" và tiếp tục cuộc hành trình.

- Chúng ta đã đi được 2/3 chặng đường.

Thông báo của Dương Tú chỉ mang tính động viên, nhưng kể cả cậu không cất tiếng, tôi cũng không thấy mệt nữa. Càng đi sâu vào rừng, chúng tôi càng bắt gặp nhiều chồi măng non mọng. Có "em bé" măng cao gần bằng tôi hiên ngang giậm chân trên mặt đất dày những tầng lá khô. Trong lúc tôi mê mẩn ngắm măng, nhà báo Hạnh đã kịp phải lòng những cụm nấm rừng bung ra từ thân cây mục. Chúng tôi di chuyển chậm để chụp ảnh tư liệu ở những khu vực thoáng đãng và có vẻ thưa thớt vắt.

***

Đứng trên đỉnh Bèng Bọ, tôi phỏng vấn nhanh Dương Tú nên mới biết năm nay cậu 29 tuổi và có 2 con, con trai lớn đã học lớp 7. Tôi tính nhẩm:

- Em lấy vợ năm 15 tuổi à?

- Không, em có con năm 16 tuổi, 4 năm sau mới cưới.

- Em từng đến Hà Nội chưa?

- Em đến một lần, hồi đó em đi thi.

- Em thấy Hà Nội thế nào?

- Hà Nội nhiều xe quá, em sợ nhất là ô tô.

Tôi bật cười, cách Dương Tú sợ ô tô cũng giống cách tôi sợ vắt.

Nghỉ chân ở đoạn khô ráo, nhà báo Hạnh nhắc chúng tôi tháo ủng xem có vắt bên trong không. Tôi vui vẻ làm theo, dốc ngược từng chiếc ủng, tháo cả tất để kiểm tra, tịnh không thấy con vắt nào.

Lúc quay về, Dương Tú dẫn chúng tôi đi con đường khác ngắn hơn nên đỡ mệt hơn, chúng tôi vừa đi vừa buôn chuyện, ríu ran như chim rừng. Tôi đam mê cây cối nên hễ thấy cây nào đẹp là hú cả đội dừng lại để chụp ảnh, có lúc giật thót khi phát hiện dưới gốc cây xòe tán rộng là một nàng dê mẹ bụng chửa kềnh càng đang ngơ ngác tìm đàn. Khoảnh khắc này vi diệu đến mức tôi quên khuấy cảm giác nhộn nhạo dưới chân. Đọc được suy nghĩ của tôi, Dương Tú giải thích ngay rằng đây không phải là dê rừng vì chúng tôi đã về gần tới khu nghỉ dưỡng. Khu vực này chỉ có dê nhà. Và nàng dê này đi chơi hơi xa.

***

Tôi thả người xuống ghế, từ tốn tháo ủng trong lúc tâm trí không ngừng nghĩ về nàng dê xinh yêu kia.

- Áaaaaaaa.

Thiết hét ấy bắn ra từ chính miệng tôi khi phát hiện một con vắt đang cong người bám chặt vào chân mình. Thì ra, cảm giác nhộn nhạo khi nãy chính là lúc vắt cắn mà tôi không biết. Thấy tôi đơ như tượng đá, nhà báo Hạnh nhanh nhảu vặt một chiếc lá để lót tay, định giật con vắt ra, nhưng hành động kém dứt khoát của chị làm con vắt găm chặt hơn vào chân tôi. Trợ lý Khôi thình lình xuất hiện, tôi thấy cậu túm con vắt bằng 2 ngón tay rồi chạy đi đâu mất. Máu túa ra không ngừng. Trước khi vào rừng, hình như nhà báo Hạnh đã kịp tìm hiểu thông tin về vắt, chị bật ra một câu rùng rợn:

- Nước bọt của vắt có chất chống đông máu. Em phải rửa chân thật kỹ cho sạch vết cắn, may ra cầm được máu.

Máu vẫn chảy nhưng lúc này tôi không sợ. Tôi không biết cảm giác sợ hãi của mình tan biến từ lúc nào, nhưng khi phát hiện bị vắt cắn, tôi chỉ thấy bất ngờ chứ không thấy sợ. Trợ lý Khôi có lẽ cũng thế. Từ lúc cậu bước vào xe, đặt tay vào vô lăng để đồng hành với chúng tôi đến Tả Phìn Hồ, cậu đã không còn sợ.

Nỗi sợ, khi chúng tôi đi xuyên qua, mới biết thực ra nó chỉ là màn sương.

Chương II - Ở chốn thiền môn

"Nếu không trải qua đau đớn, ta sẽ không đạt được hạnh phúc". Suy nghĩ này quá phổ biến ở thế giới tôi đang sống, đến nỗi những người quanh tôi coi căng thẳng và đấu tranh là tiền đề của hạnh phúc. Họ đặt mình vào sự hối hả của công việc, trường học và mục tiêu, sợ rằng mình sẽ trở thành kẻ lười biếng nếu dễ dãi với bản thân.

Tôi thấy người ta mất quá nhiều thời gian chỉ để băn khoăn "Khi nào mình mới có được hạnh phúc? Có phải là khi mình đang trong một mối quan hệ, hay là khi mình được thăng chức, hoặc sau khi mình chuyển đến một thành phố khác, hay là lúc mình mua được một căn nhà?".

Họ mải tích lũy cho tương lai mà bỏ quên thực tại. Đó không phải là cuộc sống tôi ngưỡng vọng.

***

- Có gì trên cây mà chị nhìn mãi thế?

Dương Tú buột miệng hỏi khi thấy tôi đứng bất động quá lâu trước cây thông non chừng 3 tuổi. Tôi không biết giải thích thế nào nên tiếp tục im lặng. Tôi đoán, sau chuyến trekking rừng nguyên sinh, Dương Tú biết tôi đam mê cây cối, và cậu có thừa kiên nhẫn để đứng đợi cho đến khi cuộc "trò chuyện" riêng của tôi kết thúc.

Tả Phìn Hồ là vùng đất có khí hậu biệt lập, sương mù bao phủ quanh năm nên nhiệt độ ở đây chênh lệch khá nhiều so với những vùng lân cận. Đó là lý do tôi mặc trench coat và quấn khăn dù lúc này đã là cuối tháng 4, còn bạn tôi ở Hà Nội đang rầu rĩ ca cẩm vì cái nóng dấp dính rất khó chịu, báo hiệu chảo lửa mùa hè đã cận kề.

Tôi chỉ muốn khoe ngay với bạn mình rằng sớm nay thời tiết Tả Phìn Hồ chiêu đãi dân làng và hàng trăm loài sinh vật màn trình diễn hoành tráng của sương. Khán giả "lãi" nhất chính là tôi. Với người khác, sương chỉ là hơi nước ngưng tụ lại thành hạt màu trắng rất nhỏ bay lơ lửng trong lớp không khí gần mặt đất. Nhưng với tôi, sương là phép màu. Sương rời đi, tinh khôi ở lại, đọng thành giọt long lanh trên những búp lá, mời gọi những tâm hồn yêu thiên nhiên như tôi xúm lại để ngắm nghía, trò chuyện. Góp vui với tôi là các nàng nhện đỏ. Họ tỉ mẩn đan những chiếc mũ trắng tinh từ sợi tơ mỏng mảnh, trùm lên các chồi thông non nớt đang run rẩy vì lạnh. Nếu không có những chiếc mũ độc đáo này, mấy chồi non khó sinh tồn.

Trong thoáng chốc, tôi liên tưởng đến *Twilight* – bộ phim được ghi hình tại Công viên Silver Falls, Oregon, một tiểu bang nằm ở khu vực Tây Bắc nước Mỹ. Cặp đôi nhân vật chính Edward và Bella dìu nhau bay vun vút trên những ngọn thông đẫm sương. Khung cảnh ma mị kỳ ảo thu hút hàng triệu du khách ghé thăm sau khi bộ phim lên sóng và nổi tiếng toàn cầu.

- Ở đây có ma cà rồng không em?

Dương Tú cười hiền vì biết tôi chỉ hỏi đùa xem cậu phản ứng thế nào. Một chút khuấy động nhẹ đủ làm màn sương quanh cậu tan biến.

Tôi ghé sát vào từng nhành thông rồi lại lùi xa vài bước, những chiếc mũ bỗng biến thành những bông hoa thủy tinh phát ra tiếng "lanh canh" như chuông gió. Dương Tú vẫn lặng thinh như người tàng hình, âm thầm quan sát một đứa dở hơi đang tám nhảm với cây. Cậu không biết ở thành phố tôi đang sống, người ta không còn giao tiếp với nhau theo cách truyền thống nữa. Chỉ khi đến đây, tôi mới thực sự được "nói". Cây cối, hoa cỏ ở đây đều là những người bạn thực sự biết lắng nghe.

- Có xe rồi.

Thông báo của trợ lý Khôi làm tôi không thể nấn ná với cây thông lâu thêm nữa. Đã đến giờ chúng tôi lên đường tìm cây trà Shan tuyết cổ thụ. Nhà báo Hạnh đã yên vị trên chiếc xe máy được thiết kế chuyên dụng cho việc leo đèo đổ dốc, chiếc mũ màu cam lụp xụp trên đầu che mất nửa khuôn mặt của chị làm tôi phì cười. Người cầm lái chiếc xe của nhà báo Hạnh là một thanh niên dân tộc Dao, bạn thân của Dương Tú.

- Chị lên đây, em đèo!

Hành trình đến Tả Phìn Hồ, tôi và trợ lý Khôi như đã được định sẵn để đồng hành với nhau. Sau màn giải cứu tôi khỏi sự tấn công của vắt, cậu đã trở thành người hùng. Xe của Khôi không phải là loại xe chuyên dụng xịn sò như phương tiện của cậu thanh niên kia và nhà báo Hạnh, nhưng tôi vẫn hào hứng trèo lên. Hễ trợ lý Khôi cầm lái, tôi tin tưởng vô điều kiện. Cậu bằng tuổi em trai tôi nên tôi mặc nhiên quý mến cậu. Lần này, Dương Tú là thành viên chốt đoàn. Cậu đi một mình trên con xe ọp ẹp mượn vội của ai đó.

Từ ngày tôi đến, Tả Phìn Hồ luôn chìm trong sương, bất kể sáng sớm hay chiều muộn. Trợ lý Khôi khởi động xe, chúng tôi xé màn sương lao vào con đường nhỏ. Di chuyển được vài phút, trợ lý Khôi đã phải giảm tốc độ vì sương quá dày. Chúng tôi không khác gì những kẻ mù dở chỉ có thể nhìn thấy vài mét đường nhợt nhạt trước mặt. Cung đường không hiền lành như tôi nghĩ. Càng đi xa, dốc và đèo càng nhiều hơn, có những đoạn rất khó xử lý, trợ lý Khôi liên tục lên số rồi lại về số. Tôi im thít núp sau lưng cậu, lén nhìn những khóm hoa dại màu tím gan góc mọc ven chân núi đá.

- Dê con kìa chị. Trông y hệt chó con.

Trong lúc đang bận căng mắt điều khiển con xe ù ì bò trong sương mù, trợ lý Khôi vẫn kịp ngắm dê. Tôi cười thầm khi phát hiện Khôi cũng là một kẻ đam mê giao tiếp với thiên nhiên. Riêng cái nết này, cậu giống hệt tôi. Dê ở Tả Phìn Hồ không giống với dê tôi từng gặp ở vùng khác. Có lẽ ở khí hậu lạnh, lông của chúng mới có thể mọc dày như lông cừu thế kia. Đặc biệt là lũ dê con màu trắng cùng bộ lông xù và tơi như bông. Tiếc rằng cung đường uốn éo không cho phép chúng tôi dừng lại để ôm và cưng nựng "chó con".

Càng leo cao, con đường càng nhiều thử thách. Trợ lý Khôi không nói gì nữa, cậu đang tập trung cao độ. Xe của nhà báo Hạnh đã bỏ xa chúng tôi. Ngoảnh lại, không thấy Dương Tú ở phía sau, tôi khe khẽ hỏi Khôi:

- Dương Tú đâu rồi nhỉ?

Khôi giải thích rằng Dương Tú chỉ đi theo một đoạn xem tình hình thế nào. Thấy mọi người có vẻ ổn nên chắc cậu ấy đã tranh thủ tạt về nhà. Tôi nghĩ mình và Khôi không ổn chút nào khi mà chiếc xe ngày càng ù ì, đèo và dốc thì không ngừng xuất hiện. Có những đoạn đường xấu, tôi phải nín thở, thấp thỏm chờ xem Khôi xử lý ra sao. Nhưng hình như đường càng khó, Khôi xử lý càng mượt. Có những vũng bùn cậu băng qua nhanh và nhẹ đến nỗi không giọt nào kịp bắn lên.

- Chị nhìn kìa.

Tôi ngoảnh sang trái theo hướng nhìn của Khôi, choáng ngợp trước không gian hùng vĩ quang đãng trước mặt. Vực thẳm chỉ cách chúng tôi một sải tay, lãng đãng một chút thôi là tiêu đời. Nhưng chúng tôi không làm thế nào rời mắt khỏi những đám mây đang vần vũ quanh núi. Kết cấu và chuyển động kỳ ảo của chúng phi thường hơn cả cảnh quay trong những thước phim điện ảnh. Phân đoạn này diễn ra chừng 2 phút trước khi sương mù sầm sập phóng đến. Trợ lý Khôi lại căng mắt ra để dò đường.

- Em đã cảm thấy con đường này thân quen chưa? Em từng đến đây rồi mà.

- Lần nào cũng như lần đầu chị ạ.

Câu trả lời của Khôi khiến hy vọng bé xíu của tôi vừa nhen lên được một chút đã vội tắt phụt. Năng lượng bất an trong cậu thấm cả vào tôi. Tôi không biết mình đã đi được bao xa và khi nào mới đến nơi.

- Nếu xe chết máy, chị phải nhảy xuống ngay đấy.

Thông báo đột ngột của Khôi làm tôi luống cuống, ngẩng lên thấy con dốc dài ngoẵng thẳng tắp dựng đứng trước mặt. Tôi đâu còn cơ hội nào để nhảy xuống nữa.

Tràng gào rú của con xe cà tàng tắt ngấm, trợ lý Khôi gạt chân chống, chiếc xe nghiêng sang một bên. Tôi mở mắt, thấy nhà báo Hạnh đang phỏng vấn một chị gái mặc trang phục truyền thống dân tộc Dao. Không rõ trợ lý Khôi đã dùng phép thuật gì để lôi cả xe cả người vượt qua được con dốc oái oăm kia.

- Chị em mình sống rồi à?

Trợ lý Khôi không thể trả lời câu hỏi nửa tỉnh nửa mơ của tôi vì cậu đang bận thở. Tôi đoán chính cậu cũng không ý thức được chuyện gì vừa xảy ra.

Định thần trở lại, tôi thấy mình đang đứng trước một ngôi nhà kỳ lạ, mái được lợp bằng những lớp lá cây dày dặn, chắc chắn. Nhìn bên ngoài, ngôi nhà có kết cấu giống hình tổ chim. Ngự giữa hiên nhà là một thân cây cổ thụ. Cây vươn cành đâm xuyên mái nhà. Tôi hỏi đùa chị Hen - người phụ nữ dân tộc Dao vừa được nhà báo Hạnh phỏng vấn:

- Ngày nào chị cũng được ăn với cây, ngủ cùng cây à?

Chị Hen cười:

- Đúng rồi. Ăn với cây, ngủ với cây đấy!

Tôi thấy hạnh phúc của chị Hen thật đáng ghen tị. Sinh ra và lớn lên ở nơi non xanh này, chị hiền lành và thuần khiết hệt như cây cối. Trên đỉnh núi chưa được đặt tên, vợ chồng chị Hen là những người bầu bạn và trông nom mấy cây trà Shan tuyết cổ thụ. Mỗi cây đều được gắn biển màu xanh kèm mã số và dòng chữ: "Cây di sản Việt Nam".

Ở đây có 2 "cụ" trà Shan tuyết trên 600 tuổi. Nhìn từ xa, họ giống như 2 thiền nhân đạt ngưỡng cao nhất của sự an lạc. Tôi thẫn thờ khi thấy một thiền nhân đã rời cõi tạm. Thân cây mục ruỗng trở thành mảnh đất lý tưởng cho các loài thực vật ký sinh, nhiều nhất là nấm và mộc nhĩ. Ngắm nghía gốc cây khổng lồ, nhà báo Hạnh mạnh dạn đoán cây sống thọ tầm 3.000 tuổi trước khi tan vào đất.

Nếu trước đó chưa được nghe mấy chuyện vụn bác sĩ Hoàng kể, tôi sẽ xót xa vô cùng khi thấy cảnh tượng này. Ông kể, thời còn trẻ, mỗi khi đi trên đường, ông rất hay quan sát cây cối. Ông nhớ vị trí và dáng dấp của từng cây. Có cây bên đường ông không nhớ tên từng là điểm dừng chân để ông ngồi nghỉ, sau hàng chục năm, giờ đây nó vẫn đứng đợi ông. Nó ngóng ông trở đi trở lại trên cung đường cheo leo giữa vách đá và vực thẳm. Ông nghĩ nó sẽ tiếp tục đợi mình cho đến khi nào không thể đợi được nữa.

Người với cây là sự liên kết đặc biệt. Ở cấp độ vật lý, cây cối cung cấp oxy, thức ăn và các vật liệu cần thiết khác như giấy và vật liệu xây dựng. Cây cối cũng mang lại sự an toàn vật chất dưới hình thức nơi trú ẩn, chắn gió và cảm giác về cội nguồn. Đó là lý do con người có sở thích mạnh mẽ đối với cảnh quan có cây cối hoặc các khu vực nhiều cây rậm rạp.

Mối liên kết chặt chẽ của con người với cây cối một phần dựa trên thực tế là người và cây có những đặc điểm thể chất tương tự nhau. Hình dạng của các nhánh hình ống, còn gọi là phế quản, trong phổi của chúng ta tương tự hệ thống rễ của nhiều loại cây.

Ở góc nhìn tâm linh, cây cối giúp con người nhận thức về mối liên hệ của mình với điều gì đó lớn lao hơn cả đời thực. Trong thần thoại, cây cối được miêu tả vô cùng hấp dẫn và thần bí. Có lý thuyết cho rằng cây cối kêu gọi con người tìm đến trạng thái chánh niệm, nơi chúng ta trở nên hòa hợp hơn và có lòng trắc ẩn hơn đối với môi trường xung quanh. Đây cũng là lý do tại sao những khu rừng thiêng đã trở thành một phần quan trọng của nhiều nền văn hóa khác nhau trên khắp thế giới.

Người Hy Lạp, Ba Tư và các dân tộc cổ đại khác sử dụng họa tiết cây thế giới - với rễ quấn quanh Trái đất và các nhánh trên bầu trời - để tượng trưng cho khả năng đi lên của con người từ cõi vật chất đến cõi cao hơn của tinh thần.

Đâu cần liên hệ xa xôi, bác sĩ Hoàng và vườn dược liệu ở Tả Phìn Hồ chính là minh chứng cho mối liên kết không thể thay đổi giữa cây và người. Con người tìm đến cây cối để chữa bệnh, không chỉ theo nghĩa y học mà còn để chữa lành tinh thần, để có được sự thoải mái và an ủi.

Cây cối cũng truyền cảm hứng cho các tác phẩm văn học, nghệ thuật và kiến trúc. Nhà thơ người Mỹ Joyce Kilmer tôn thờ cây đến mức từng thốt lên rằng "Chúng ta sẽ không bao giờ thấy một bài thơ nào đáng yêu như một cái cây".

Tôi nghĩ thiền nhân Shan tuyết 3.000 tuổi kia không cần chờ tri âm nào nữa, nên đã yên lòng tan vào đất, hòa vào sương. Ở chốn thiền môn, cây đã có hạnh phúc trọn vẹn. Cây rời đi, năng lượng thuần lành ở lại, được những người như chị Hen nâng niu và lưu giữ. Tôi thấy bộ trang phục truyền thống biến chị thành bông hoa rực rỡ nhất trong không gian xanh thẫm của lá trà. Chị là công chúa vườn thiền.

Được gặp những thiền nhân Shan tuyết, tôi thấy mình quá đỗi may mắn và "giàu có", như thể mình vừa được trao thêm một đời sống, với phiên bản thuần khiết nhất. Tôi đã hiểu vì sao lâu nay mình yêu cây, thích giao tiếp với cây, coi cây là bạn.

"Khi nghĩ về một đời người

Tôi thường nhớ về rừng cây

Khi nghĩ về một rừng cây

Tôi thường nhớ về nhiều người..."

Nhạc sĩ Trần Long Ẩn có lẽ cũng là một tâm hồn yêu cây và hiểu cây, nên ông mới viết như thế khi sáng tác bài "Một đời người, một rừng cây". Trừ khi bị con người di chuyển, cây cối vẫn trung thành ở một nơi trong suốt cuộc đời, bảo tồn đặc tính bản địa của chúng: luôn đứng thẳng, cắm rễ vào lòng đất, vững chắc và mạnh mẽ. Chúng trở thành một phần không thể thiếu của đất, là thành viên quan trọng của cộng đồng sinh vật. Không có tấm gương nào tốt hơn cây, để chúng ta, với tư cách là con người, noi theo. Lắng nghe tiếng cây, ta không chỉ tìm hiểu về một vị trí địa lý cụ thể mà còn về vị trí của chính ta trong cộng đồng cuộc sống rộng lớn hơn.

***

Chị Hen mời chúng tôi vào thăm nhà và thưởng trà Shan tuyết. Quen nhau chưa đầy nửa tiếng, chị Hen đã coi chúng tôi như bạn thân. Chị gọi bố mẹ, anh trai và chồng về nhà để tiếp đón, dù biết cuộc gặp gỡ và trò chuyện này chỉ diễn ra trong chốc lát. Nếu không vì trời sắp tối, tôi còn muốn nán lại lâu hơn, chỉ để ngắm nụ cười hồn hậu của chị và tận hưởng thứ không khí đặc biệt chỉ có trong ngôi nhà "tổ chim".

Vẻ mặt tự tin của trợ lý Khôi khiến tôi hiểu rằng đường về không còn chút thử thách nào nữa. Chào tạm biệt chị Hen và gia đình đáng yêu của chị, chúng tôi rời đi mang theo món quà tinh thần đựng đầy trong trái tim và trong tâm trí.

Ở ngôi nhà không phải của mình, trong khu vườn không phải của mình, trên con đường không phải của mình, tôi đang có hạnh phúc của riêng mình.

Vài ngày nữa, khi tôi quay về thành phố chật chội vội vã, cây thông ở Tả Phìn Hồ sẽ vẫn đứng đợi, mong tôi trở đi trở lại nơi này.

Sự khác nhau giữa một cuộc sống có ý nghĩa và một cuộc sống vô nghĩa, có khi chỉ là trên đời này, liệu có ai còn đợi mình hay không.

Chương III - Hạnh phúc khi cô đơn

Trợ lý Khôi nhấc ấm trà, nghiêng một góc tầm 90 độ, nắn nót rót đầy 3 chén rồi lại từ tốn ngồi xuống ghế, khoanh tay trước ngực. Nhà báo Hạnh ngồi cạnh Khôi, thả mắt vào khoảng không màu trắng đục. Tôi nghĩ chị đã thích nghi với thời tiết Tả Phìn Hồ - ngày 3 "bữa" sương no nê, không tha thiết bất cứ điều gì nữa.

Chúng tôi để mặc cho sự tĩnh lặng dẫn dắt, không ai miễn cưỡng mở lời, chỉ để có câu chuyện. Mới quen nhau vài ngày nhưng chúng tôi đã đủ thân để có thể bỏ qua mấy phép xã giao nhạt nhẽo. Ở đây, chúng tôi cư xử hồn nhiên như sương - thích thì đến, chán thì đi; vô tư như chim rừng - hứng lên thì cất tiếng, lười biếng thì cứ việc lặng thinh.

So với cuộc sống thường ngày ở thành phố, hình ảnh của tôi và nhà báo Hạnh lúc này quá đỗi lạ kỳ. Hiếm khi chúng tôi rảnh đến mức không có việc gì để làm. Nhưng thật ra, chìm sâu trong tĩnh lặng, tôi mới thấy không có việc gì để làm cũng là một... sứ mệnh.

Điện thoại của tôi nằm ngoan trong túi, điện thoại của nhà báo Hạnh cũng thế. Thời tiết và cảnh sắc Tả Phìn Hồ nhắc nhở chúng tôi nghỉ ngơi – nhu cầu thiết yếu mà lâu nay chúng tôi bỏ quên. Khoảnh khắc này làm tôi nhớ cuộc hẹn với cô bạn thân tên Salem cách đây 2 tuần. Hôm đó, chúng tôi la cà tại một quán cà phê ở trung tâm Thủ đô. Trong lúc tôi nói chuyện, Salem liên tục kiểm tra điện thoại dù cô ấy không hề có tin nhắn hay cuộc gọi nào.

Trước đó, vào một buổi tối trời trong, Salem cũng rủ tôi đi dạo và ngắm trăng, nhưng cô ấy chỉ cắm mặt vào màn hình, để mặc tôi độc thoại và tha thẩn một mình. Vấn đề là Salem không hề ý thức được điều đó. Về nhà, tôi thấy cô đã cập nhật dòng trạng thái trên Facebook: "Đi dạo, ngắm trăng với bạn thân". Tôi sốc vì mức độ sống ảo của bạn mình. Thời khắc đó, cô ấy không hề ở đó, cô ấy không thực sự đi dạo và ngắm trăng với tôi.

Salem không phải là trường hợp duy nhất bỏ qua tầm quan trọng của nghỉ ngơi. Xã hội hiện đại có rất nhiều người mắc hội chứng giống Salem. Chúng ta ép mình làm việc quá sức. Chúng ta sống trong một xã hội ca ngợi những người làm việc 60 giờ/tuần và đưa ra giả định sai lầm về những người làm việc 40 giờ/tuần. Chúng ta nhầm lẫn việc nghỉ ngơi với sự lười biếng. Chúng ta đang sống như những con robot được lập trình. Thế giới ngày nay không bao giờ dừng lại. Cảm giác khẩn cấp giả tạo bao quanh chúng ta mọi lúc. Chúng ta sống trong một không gian bội thực thông tin, đến nỗi việc phân loại thông tin quan trọng và không quan trọng trở nên bất khả thi.

Kết quả là, những nhu cầu gấp gáp trong ngày lấn át những nhu cầu thực sự quan trọng. Tâm trí chúng ta nghiện sự kích thích và xác nhận. Việc tắt E-mail, Facebook,... điện thoại di động, tivi hoặc Internet là nhiệm vụ quá khó khăn. Tâm trí chúng ta luôn đòi hỏi sự phân tâm, việc nghỉ ngơi trở thành một trạng thái ngày càng khó đạt được.

Nghỉ ngơi không có chỗ cho sự vội vàng, nó đòi hỏi sự kiên nhẫn và một lịch trình rõ ràng. Nghỉ ngơi tạo nên sức mạnh nội tại cho phép con người thoát khỏi guồng quay hối hả và tập trung vào bản thân cũng như những người xung quanh. Nó không đơn thuần là sự giải trí về thể chất. Đó là trạng thái nghỉ ngơi của thể xác lẫn tâm hồn.

Quan sát Salem, tôi hiểu vì sao cô buột miệng nói với tôi rằng cô đã ly hôn, dù vẫn đang sống cùng chồng. Khi tôi phàn nàn Salem kiểm tra điện thoại quá nhiều mà không tập trung vào cuộc trò chuyện, cô đành thừa nhận mình đang mất cân bằng. Tôi nghĩ, cuộc sống của Salem với người chồng hiện tại luôn ổn, cho đến khi họ quên nghỉ ngơi. Điều Salem cần lúc này không phải là ly hôn, mà là một thế giới khác – nơi cô được là chính mình.

Gần đây, tôi nghe người ta nhắc nhiều về nhu cầu "yêu bản thân". Nhu cầu này đặc biệt phổ biến ở khu vực Tây Âu, Hoa Kỳ, Canada, New Zealand và Úc. Tôi từng đọc câu chuyện về một cặp vợ chồng đã nghỉ hưu lựa chọn sống xa nhau. Nhịp sống ở San

Francisco không khiến người chồng cảm thấy hạnh phúc. Ông muốn dành toàn thời gian ở Penngrove, một khu đất rộng lớn với những cây ô liu trĩu quả và vườn nho xanh mướt. Còn người vợ, dù cũng đã nghỉ hưu, vẫn không muốn từ bỏ mối quan hệ kéo dài hàng thập kỷ với bạn bè và thói quen đi nhà thờ mỗi tuần ở San Francisco. Cuối cùng, hai vợ chồng quyết định sống ở hai nơi, dành vài ngày xa nhau và cùng nhau nghỉ ngơi vào cuối tuần. Họ coi đây là cách hoàn hảo để tôn trọng nhu cầu cá nhân cũng như cuộc hôn nhân của mình.

Theo thống kê ở Vương quốc Anh, ngày càng nhiều người được xác định là "độc thân" nhưng có một người bạn đời lãng mạn đang sống ở nơi khác. Một phụ nữ ở Montreal nói với tờ *Globe and Mail* vào năm 2019, rằng: "Tôi không muốn chăm sóc ai cả. Tôi chỉ muốn chăm sóc bản thân."

Salem cũng đang có nhu cầu này, chỉ là cô chưa nhận ra. Đã quá lâu rồi cô không có thời gian cho riêng mình, không có cơ hội nuông chiều bản thân. Áp lực phải trở thành một người phụ nữ hoàn hảo khiến Salem đánh mất phản xạ nghỉ ngơi. Tôi rất thích câu nói của Sherrie Sims Allen, một nhà trị liệu ở Beverly Hills: "Mọi người chưa thực sự xem xét những cách khác để duy trì các mối quan hệ hoặc hôn nhân. Còn tôi, tôi thích đưa những nhu cầu cá nhân ra ánh sáng."

Đúng thế. Còn gì tuyệt vời hơn khi chúng ta có những hai thế giới, để sống. Tôi biết ơn những bài báo và những thông tin mà tôi đã chọn lọc để đọc. Nhờ đó, tôi biết mình luôn có nhiều hơn một lựa chọn. Tôi vẫn có thể tất bật với dòng chảy của xã hội. Nhưng đôi lúc, tôi có quyền đặt mình vào một thế giới khác, để nghỉ ngơi và sống theo cách của riêng tôi. Ví như, thay vì cắm mặt vào laptop hay điện thoại, buổi sáng hôm nay tôi chọn làm bạn với ấm trà Shan tuyết cùng những người bạn đồng hành thấu hiểu trọn vẹn khái niệm nghỉ ngơi.

- Quyền lực là một thứ khuyết tật.

Tôi nhớ, bác sĩ Hoàng đã nói như thế trong lúc chúng tôi băng qua con đường rất khó để đến với Tả Phìn Hồ. Khi ấy, bác sĩ Hoàng vừa dứt câu, tôi đã vội cắm cúi chép lại bằng điện thoại. Tôi thấy ông có một biệt tài, mỗi câu ông thốt ra, nếu người làm nghề viết như tôi chịu khó đầu tư chút thời gian, có thể phát triển thành một cuốn sách.

Quyền lực, theo cách hiểu thông thường của tôi, thì đó là tiền và tầm ảnh hưởng. Có được 2 thứ này, ai lại không thích? Nhưng đó cũng là thứ khiến chúng ta không ngừng bận rộn, và tại một thời điểm nào đó, chúng ta cảm thấy như mình bị mất kiểm soát. Chẳng hạn, một sự cố về sức khỏe khiến chúng ta bối rối. Hoặc có thể đó là một mối quan hệ tiêu tốn quá nhiều thời gian và sức lực. Có rất nhiều lý do khiến cuộc sống mất kiểm soát, khiến chúng ta cảm thấy căng thẳng, lo lắng và choáng ngợp. Từ "khuyết tật" hoàn toàn phù hợp để nói về những người đang mất cân bằng cả thể chất lẫn tinh thần. Càng thành công, chúng ta càng có nhiều quyền lực và càng bận rộn. Đánh mất sự nghỉ ngơi chính là một thứ khuyết tật. Khi chưa thể viết một cuốn sách về triết lý nhân sinh của bác sĩ Hoàng, tôi chỉ có thể giải nghĩa câu nói của ông từ góc nhìn chủ quan của mình và từ những gì tôi quan sát được từ ông sau mấy ngày sống chậm ở Tả Phìn Hồ.

Trong lúc tôi lan man nghĩ đến bác sĩ Hoàng, điện thoại của trợ lý Khôi nhúc nhích di chuyển trên mặt bàn do cậu cài đặt chế độ "rung". Phải là một tin nhắn quan trọng nào đó thì trợ lý Khôi mới chịu nhìn vào điện thoại. Cậu thông báo:

- Bác sĩ Hoàng nhắn hai chị ghé qua phòng uống trà.

Sau bữa sáng, tôi không nhớ mình đã thưởng thức bao nhiêu chuyến trà. Ở Tả Phìn Hồ, trà Shan tuyết là nét đặc trưng riêng. Nhấp một ngụm trà cũng là thưởng thức phong vị thổ nhưỡng, khí hậu và văn hóa của vùng đất này. Nghe nói, cái tên Shan tuyết bắt nguồn từ kết cấu đặc biệt của lá trà. Bên cạnh chiếc lá to bản, búp và lá non có nhiều lông trắng như tuyết, sinh trưởng khoẻ, chịu ẩm, chịu lạnh tốt.

Trong kho tàng nghiên cứu của bác sĩ Hoàng, Shan tuyết cũng là một loại cây dược liệu. Đặc biệt, trà Shan tuyết cổ thụ có chất chống oxy hóa có tác dụng chống lại các gốc tự do, các phân tử không ổn định có thể phá hủy các tế bào khỏe mạnh và gây ung thư. Đây cũng là loại trà không gây mất ngủ, vì thế, thời gian ở đây, tôi vô tư uống trà mà vẫn ngủ thẳng giấc. Sáng nào thức dậy cũng thấy đầy ắp năng lượng trong người. Đó là lý do phụ nữ dân tộc Dao ở xứ trà ai cũng có làn da trắng hồng, căng mịn.

***

Trong lúc bác sĩ Hoàng và nhà báo Hạnh bàn luận về "Cảm xạ học" – chủ đề quá đỗi huyền bí đối với tôi, cụm hoa màu vàng chanh lấp ló ở bậu cửa được lát bằng những viên đá cuội, cũng nhòm vào phòng như muốn góp vui. Tôi không biết làm thế nào để kìm nén ham muốn được quan sát chúng ở khoảng cách thật gần. Chỉ đến khi chủ đề "Cảm xạ học" trở nên râm ran hơn, bác sĩ Hoàng và nhà báo Hạnh không còn bận tâm sự hiện diện của tôi nữa, mới là lúc tôi nhẹ nhàng luồn qua khung cửa nhỏ, tiến đến thật gần vị trí của cụm hoa "nhiều chuyện".

Giao tiếp với thực vật đã trở thành thói quen gây nghiện của tôi từ khi đặt chân đến Tả Phìn Hồ. Tiếp xúc với cỏ cây, tôi không cần phải là ai khác ngoài phiên bản hiện tại của chính mình. Khoảnh khắc diệu kỳ cho tôi cảm giác thư giãn, tin tưởng mà không cần phải cố gắng. Giao tiếp với thực vật là con đường hai chiều diễn ra trên một sân chơi bình đẳng. Không ai có ưu thế. Chỉ có hai bên trò chuyện qua lại. Tất cả những gì tôi cần là sự tò mò và cảm giác phiêu lưu. Tôi nghĩ, món quà mình nhận được sau mỗi cuộc trò chuyện như vậy là khả năng chú ý nhiều hơn đến cuộc sống, ngẫm nghĩ nhiều hơn về mối quan hệ với thế giới tự nhiên, từ đó, lòng trắc ẩn trong tôi cũng lớn dần lên.

Chỉ vài ngày nữa thôi, tôi, nhà báo Hạnh, bác sĩ Hoàng và trợ lý Khôi sẽ phải trở về thế giới thực, lại hối hả với công việc, cuồng quay với những dự án dở dang và những kế hoạch sắp đến. Vì thế, ngay lúc này, tôi không muốn lãng phí bất cứ khoảnh khắc nào được làm kẻ độc hành trong thế giới của riêng mình. Tôi luôn nhắc bản thân rằng những ngày được ăn với sương, ngủ với sương, thở ra sương và trò chuyện với cây cối, dù đôi lúc tâm trí lang thang vô định, mình cũng không được quên chánh niệm, để những kỷ niệm tinh khiết sẽ mãi là những mầm xanh ủ trong trái tim, trong tâm trí bất kể mình đang làm gì và đang ở không gian nào.

Chương IV - Đi theo tiếng suối

Dương Tú loay hoay mãi chưa thể quyết định nên quay về hướng nào. Tôi cố gắng nén hơi thở để năng lượng bất ổn của mình không ảnh hưởng đến mọi người.

Sau chuyến ghé thăm chợ Hán, nhà báo Hạnh có vẻ tâm đắc lắm, thế nên chặng đường phía trước dù khó khăn thế nào, chị cũng chẳng bận tâm. Với chị, cái tên "chợ Hán" đã đủ để phóng tác thành một cuốn tiểu thuyết. Tôi chưa bao giờ đụng tay vào mảng viết vô cùng khó này nên không hào hứng như chị. Tôi chỉ nhớ, bác sĩ Hoàng từng nhắc đến chợ Hán trong một bữa tối. Dân bản địa giải thích rằng chợ Hán là do người Hán lập ra cách đây hơn 300 năm, để trao đổi các vật phẩm tiêu dùng bên Trung Quốc với gỗ Ngọc Am Tả Phìn Hồ.

Không giống với nhà báo Hạnh, 2 chữ "Ngọc Am" ghim ngay vào não tôi. Đó là lý do tôi nài nỉ Dương Tú cùng trợ lý Khôi khám phá rừng nguyên sinh thêm một lần nữa. Nếu may mắn, biết đâu tôi được tận mắt thấy dòng gỗ quý được mệnh danh "ngọc của núi rừng". Loại gỗ này có màu nâu đỏ khá đậm, khi cắt, ta sẽ cảm nhận được một lượng tinh dầu rỉ ra, đọng lại trên bề mặt dao. Thớ gỗ mịn, nhỏ và khó để có thể nhìn thấy được. Đường vân uốn lượn, sắc nét, đẹp mắt vô cùng. Ngọc Am đỏ có mùi hương vô cùng dễ chịu. Mùi hương này không hề bị mất đi trong quá trình sản xuất nội thất, càng dùng lâu, gỗ càng thơm dịu nhẹ. Tôi đã đọc về gỗ Ngọc Am và nhớ được những đặc điểm ấy. Theo kinh nghiệm dân gian từ xa xưa truyền lại tại vùng đất Hà Giang – nơi có nhiều gỗ Ngọc Am nhất cả nước thì người dân đều khẳng định loại gỗ này không có độc. Thậm chí tinh dầu gỗ được sử dụng như một phương thuốc hữu hiệu để chữa trị nhiều bệnh.

Tất cả những gì tôi biết về gỗ Ngọc Am chỉ dừng lại ở lý thuyết, thế nên sự tò mò của tôi khiến cả đội lạc giữa chốn rừng thiêng nước độc. "Ngọc của núi rừng" còn chưa thấy đâu, trước mắt chúng tôi lúc này chỉ có những nguy hiểm đang rập rình.

- Có khi nào truyền thuyết bác sĩ Hoàng kể là đúng sự thật?

Tôi thì thào với nhà báo Hạnh trong lúc Dương Tú và trợ lý Khôi đang phân tích hướng đi nào sẽ dẫn chúng tôi trở về suối Phìn Hồ Xoang. Từ điểm này, chúng tôi mới có thể lần mò về khu nghỉ dưỡng.

Ở Tả Phìn Hồ còn có miếu Thủ Tài Mỉu và miếu cụ Nùng Thị Mao. Nếu đi qua những nơi linh thiêng này mà không thành tâm thì kiểu gì cũng bị lạc đường. Những ai biết đến miếu Thủ Tài Mỉu hầu như không giải thích được cặn kẽ vì sao ngôi miếu này thiêng. Phần lớn cho rằng miếu thiêng vì nó ẩn mình trên núi cao, bốn bề là rừng nguyên sinh rậm rạp, quanh năm chìm trong sương mù âm u. Chính bởi sự bí ẩn này, những ai cầu tài lộc đều tìm đến thắp hương, thành khẩn nguyện ước. Và, theo cách không thể giải thích được, những mong cầu của họ trở thành sự thật.

Còn miếu cụ Nùng Thị Mao đã có cách dây hơn 400 năm. Tương truyền rằng cụ Mao không có chồng con, khi qua đời, người ta chôn cụ tại Tả Phìn Hồ, miếu của cụ ngay cạnh phòng khám Tả Phìn Hồ bây giờ. Người dân ở đây dựng một lán gỗ, bàn đá để hương khói cho cụ, cầu nguyện không có bệnh tật, người có bệnh nếu cầu nguyện cũng sẽ khỏi bệnh. Thế nên miếu cụ Mao còn được gọi là miếu cầu an. Từ đó đến nay, ai ghé qua phòng khám trên núi đều thắp hương cầu nguyện tại miếu cụ rồi mới vào khám chữa bệnh.

- Đúng rồi còn gì!

Xác nhận của nhà báo Hạnh khiến tôi thực sự tin rằng mình đang lạc đường và chỉ còn khoảng 2 tiếng nữa thôi, bóng tối sẽ ụp xuống. Sẽ thế nào nếu chúng tôi không tìm được lối về khu nghỉ dưỡng? Trong lúc sợ hãi, tôi nhớ ra nơi này còn có rắn hổ mang đất và rắn xanh. Để mấy loài này phóng độc, đớp vào chân thì hết đường về nhà. Từ lúc đặt chân vào rừng, Dương Tú chưa bao giờ để con dao quắm rời khỏi tay, còn trợ lý Khôi lúc nào cũng nắm chắc cây gậy to – thứ mà cậu bảo "dùng để gạt vắt". Thực ra cậu không muốn tôi hoảng loạn vì sợ nên chọn cách nói giảm nói tránh như vậy. Bên trong tầng tầng lớp lớp lá khô mà chúng tôi đang giẫm chân lên là bao nhiêu con rắn hổ mang đất đang náu mình? Trên những thân cây mọc rêu mốc thếch kia là bao nhiêu con rắn xanh đang ngụy trang, chờ thời cơ tấn công chúng tôi?

Tôi hối hận vô cùng, đáng lẽ tôi không nên bật cười khi nghe bác sĩ Hoàng kể truyền thuyết về những ngôi miếu linh thiêng, cũng không nên tò mò về gỗ Ngọc Am làm gì. Chưa bao giờ tôi thấy Dương Tú nhíu mày, trừ lúc này. Chắc cậu đang tột cùng lo lắng dù đã cố gắng kìm nén. Người bản địa như cậu còn bị lạc đường thì tôi, nhà báo Hạnh và trợ lý Khôi chẳng biết bấu víu vào ai nữa.

Tôi lén nhìn tấm lưng rộng sau lớp áo rằn ri đẫm mồ hôi của Dương Tú rồi nhanh chóng cụp mắt xuống khi cậu xoay người lại:

- Suỵt! Đừng ai nói gì.

Dương Tú không hạ lệnh thì chúng tôi cũng không dám hé răng. Âm thanh duy nhất tôi cảm nhận được lúc này tiếng "thình thịch" dưới lồng ngực mình.

Tôi đoán Dương Tú đang cần sự tĩnh lặng để tập trung nghe tiếng suối. Sương kéo đến nhiều hơn, cảnh báo rằng bóng tối đang ở rất gần, chúng tôi không còn nhiều thời gian nữa. Chưa bao giờ tôi thấy nước quý giá đến thế. Nước đâu chỉ phục vụ ăn uống và sinh hoạt hàng ngày, âm thanh của nó còn giúp giảm bớt trầm cảm và khuyến khích nhịp độ suy nghĩ yên bình hơn. Bây giờ, âm thanh của nước còn là tia hy vọng cuối cùng để giải cứu chúng tôi.

- Chị nghe thấy rồi.

Nhà báo Hạnh dứt câu cũng là lúc tất cả chúng tôi đã kịp nhổm dậy. Không ai bảo ai, chúng tôi đều bị ánh mắt tự tin của chị thuyết phục. Với lại chúng tôi đâu còn lựa chọn nào khác. Chỉ có cách hành động ngay lập tức mới giúp tôi ngắt hết những dòng suy nghĩ tiêu cực đang ào ào xâm chiếm tâm trí. Dương Tú cũng cắm cúi đi theo bước chân của nhà báo Hạnh mà không băn khoăn gì. Tôi bám sát Dương Tú, trợ lý Khôi ở vị trí chốt đoàn. Tất cả đều phó mặc số phận cho nhà báo Hạnh.

***

Hội trường khổng lồ bỗng biến thành nơi phục vụ bữa sáng cho tôi và nhà báo Hạnh. Thời tiết không thuận lợi tạo điều kiện cho chúng tôi độc chiếm mọi không gian ở khu nghỉ dưỡng. Làn hơi ấm kéo theo mùi hương dìu dịu tỏa ra từ bát cháo đương quy hầm gà đen xộc vào mũi khiến tôi tỉnh táo trở lại sau một đêm ngủ thẳng giấc. Lúc này, hệ thống thần kinh của tôi mới bắt đầu nạp lại dữ liệu của ngày hôm trước.

- Chị tìm ra suối Phìn Hồ Xoang bằng cách nào?

Nhà báo Hạnh cười nhẹ sau câu hỏi kèm biểu cảm ngờ nghệch của tôi.

- Tâm linh mách bảo ấy mà.

Câu trả lời đầy bí ẩn của chị càng khiến tôi tò mò.

- Chị nói thật đi, chị lần theo tiếng suối bằng cách nào mà Dương Tú cũng không biết?

Nhà báo Hạnh hơi cúi đầu xuống, giọng chị cũng nhỏ hơn:

- Em nhớ hôm trước bác sĩ Hoàng từng nói về Cảm xạ không?

Thì ra là vậy. Trong lúc tôi bị cụm hoa màu vàng chanh "thôi miên", nhà báo Hạnh đã kịp hóng nhiều kiến thức quý giá khi cùng bác sĩ Hoàng bàn luận về chủ đề huyền bí. Và chị đã tận dụng kiến thức đúng thời điểm để giải cứu cả đội.

Cảm phục tinh thần ham học hỏi và phản ứng tuyệt vời của nhà báo Hạnh bao nhiêu, tôi càng thấy xấu hổ vì tính lười biếng và lơ đễnh của mình bấy nhiêu. Giờ tôi mới hiểu vì sao bác sĩ Hoàng nói Cảm xạ là phương pháp lựa chọn bằng cách loại trừ, không phải tâm linh.

Chỉ có hương vị hấp dẫn lạ kỳ của bát cháo đương quy hầm gà đen mới có thể giúp tôi bớt ngượng. Miệng tôi hoạt động như chiếc máy khâu khi bắt đầu lái cuộc đối thoại sang chủ đề "đương quy". Sẵn chút kiến thức ít ỏi lượm lặt từ thời cộng tác với chuyên mục Sức khỏe của một tờ báo, tôi múa may với nhà báo Hạnh:

- Đương quy còn được gọi là nhân sâm dành cho phụ nữ đấy chị.

Nhà báo Hạnh gật gù tâm đắc:

- Ừ, vị đắng của nó đã dịu hơn khi được kết hợp với vị ngọt của xương và thịt gà đen. Chị phải xin số điện thoại của đầu bếp ở đây mới được.

Tôi vốn không thích ăn cháo ngay cả lúc bị ốm, thế mà món cháo đặc sản ở Tả Phìn Hồ thuyết phục được tôi vét đến thìa cuối cùng.

Chương V - Dịch chuyển

- Có phải bác sĩ Hoàng không ạ?

- Đúng rồi, tôi đây. Chị gọi có việc gì thế?

- Dạ, em chào bác sĩ. Em có thể đặt lịch khám trong tuần này không ạ? Hồ sơ bệnh án của em đã gửi cho trợ lý của bác sĩ rồi đó ạ.

- Từ từ để tôi xem đã, chị đang ở đâu nhỉ?

- Dạ, em trong Sài Gòn. Em chuẩn bị đặt vé bay ra đây ạ.

- Tôi bảo từ từ đã mà, chị kể xem bệnh tình của chị thế nào? Tôi có thể kê đơn thuốc cho chị uống một thời gian và nghe ngóng tình hình. Đừng vội bay ra, tốn kém lắm, giờ vé máy bay đang đắt.

***

- A lô, thầy đấy ạ?

- Ừ, thầy nghe đây.

- Dạ, thầy ơi, bệnh nhân của em bị trầm cảm nặng, mất ngủ triền miên. Hiện đang có dấu hiệu hoang tưởng và hay nghe thấy ảo thanh.

- Hay nghe thấy ảo thanh à? Trường hợp này thì nên cân nhắc xem bệnh nhân đã chuyển sang giai đoạn thần kinh phân liệt hay chưa? Nếu đúng như vậy thì tiếp tục duy trì đơn thuốc như thầy đã nói, nhưng tăng liều cao. À mà đợi chút, thầy đang lái xe. Lát nữa thầy gọi lại.

Tôi không lạ gì những cuộc trò chuyện và bắt bệnh như vậy của bác sĩ Hoàng trên từng cây số, chuẩn nghĩa đen. Mấy chiếc nút bấm trên vô lăng mà ông đang điều khiển đã được kết nối với điện thoại không ngừng bận rộn vì các cuộc gọi từ bệnh nhân và cả những bác sĩ lành nghề. Họ gọi ông trong trạng thái khẩn thiết, thậm chí có người tìm đến ông như một tia hy vọng cuối cùng để níu kéo sự sống cho người nhà khi đã bị bệnh viện trả về.

- Bệnh nhân chỉ tìm đến tôi khi họ đã kiệt sức và cũng chẳng còn tiền.

Bác sĩ Hoàng tiết lộ điều đó khi nhà báo Hạnh đặt câu hỏi sâu hơn về những bệnh nhân đang được ông điều trị. Đó là lần hiếm hoi ông nói về công việc của mình. Ông là người kiệm lời nên chúng tôi không dám khai thác nhiều, dù đặc thù nghề nghiệp của chúng tôi vốn là đào bới càng nhiều thông tin càng tốt. Dẫu vậy, quan sát những người quanh ông, tôi biết họ kính trọng ông đến nhường nào. Biệt danh "thần y" họ gán cho ông đủ để tôi thấy ông là bậc hiền tài đáng ngưỡng mộ.

***

Thấy ngôi nhà gỗ nhỏ có ánh điện, bác sĩ Hoàng giảm tốc độ, tấp xe gọn gàng bên đường để tranh thủ chạy vào sạc nhờ chiếc điện thoại chỉ còn 2% pin. Trong lúc nhà báo Hạnh và trợ lý Khôi chụp hình cho nhau, tôi hỏi cô bé chủ nhà sở hữu khuôn mặt ở độ tuổi trăng rằm đang bế một đứa trẻ chừng vài tháng tuổi, xem mình có thể vào bếp chơi cùng chú mèo mướp không. Cô bé gật đầu. Khi đang vò nhẹ 2 chiếc tai nhỏ xíu của chú mèo, tôi lại hóng được màn đối thoại của bác sĩ Hoàng với cô bé chủ nhà.

Tôi đoán đứa trẻ mà cô bé đang bế trên tay là kết quả từ một cuộc hôn nhân đặc trưng của vùng dân tộc thiểu số. Thấy trên tai đứa trẻ có một khuyết tật nhỏ, bác sĩ Hoàng để lại địa chỉ và số điện thoại, giải thích với mẹ của đứa trẻ rằng trường hợp này chỉ cần một ca tiểu phẫu là ổn. Tôi không chắc cô bé người dân tộc kia có thể hiểu hết những gì ông truyền tải hay không, còn tôi hiểu rằng kể cả cô bé không cho ông sạc điện thoại nhờ thì việc ông quan tâm và sẵn sàng điều trị miễn phí cho những trường hợp đặc biệt như vậy không phải chuyện lạ. Thực ra, ông đâu chỉ là bác sĩ, trong mắt tôi, ông còn là một người thầy vĩ đại.

Tôi ấn tượng mãi cách bác sĩ Hoàng giới thiệu về Dương Tú khi chúng tôi đến Tả Phìn Hồ. Cậu thanh niên dân tộc Dao với làn da màu mật ong cùng thân hình rắn rỏi nhanh chóng chạy đến khi thấy cái vẫy tay của bác sĩ Hoàng. Cậu lễ phép chào chúng tôi rồi lại đan hai bàn tay vào nhau, đầu hơi cúi xuống khi đứng cạnh bác sĩ Hoàng.

- Thanh niên này suýt vào tù nếu không gặp tôi.

Đọc được những ý nghĩ đang cuồn cuộn chảy trong não tôi, bác sĩ Hoàng vừa cười vừa xua tay:

- Không phải thế đâu. Thanh niên này giỏi lắm, chỉ vì nóng tính nên vướng vào mấy vụ ẩu đả. Giờ ổn rồi.

Nếu bác sĩ Hoàng không kể cụ thể thì tôi không hề biết Dương Tú có ưu điểm gì vượt trội so với những thanh niên khác ở Tả Phìn Hồ mà có thể khiến ông giao phó việc cai quản vườn dược liệu cho cậu. Thậm chí, chỉ cần nhìn Dương Tú, tất cả những trợ lý khác của bác sĩ Hoàng đều phản đối, cho rằng cậu không phù hợp để làm công việc này. Lý lịch của cậu quá phức tạp. Nhưng một khi bác sĩ Hoàng đã quyết thì không ai cản nổi. Ông nhìn thấy điều gì đó đặc biệt ở Dương Tú. Một người như cậu, nếu biết cách dịch chuyển thì có thể đảm đương công việc ông giao phó tốt hơn bất cứ ai. Bác sĩ Hoàng thích tính cách bộc trực của Dương Tú. Cậu thẳng thắn chia sẻ ý kiến của mình khi được hỏi. Cậu thấy gì nói đó mà không giấu giếm, không vòng vo hay nịnh nọt.

Bác sĩ Hoàng kể về Dương Tú với vẻ mặt đầy tự hào. Tôi thấy bàn tay trái của ông liên tục đậu trên vai phải của Dương Tú. Hành động đó tiết lộ ông quý mến nhân viên của mình đến mức nào. Sau vài năm làm việc cho bác sĩ Hoàng, Dương Tú là minh chứng sống động cho câu nói "Đừng bao giờ đánh giá người khác qua vẻ bề ngoài". Thực tế, có nhiều điều về một người nào đó hơn là những gì ta thấy, và ta có thể ngạc nhiên bởi những gì ta biết nếu ta đầu tư thời gian để quan sát và hiểu rõ hơn về họ. Vẻ ngoài và những gì ta thấy ban đầu không phải là tất cả.

Trong cuộc sống, sẽ có những lúc chính ta cũng là một Dương Tú trong mắt người khác. Ta không bao giờ có thể làm hài lòng tất cả mọi người, vì vậy ta chẳng việc gì phải cư xử theo cách người khác mong muốn. Ta cứ là chính mình và để mọi người chấp nhận con người thật của ta. Câu chuyện của bác sĩ Hoàng và Dương Tú giúp tôi có được bài học cho riêng mình. Tôi thích cách bác sĩ Hoàng sử dụng học thức và tình yêu thương để đón nhận thiếu sót của tất cả những ai có duyên gặp ông, dần dịch chuyển họ thành người có ích cho chính họ và cộng đồng quanh họ. Không ai sinh ra đã là người hoàn hảo. Đó là lý do tại sao bút chì được tạo ra cùng với cục tẩy và lời xin lỗi luôn hiện hữu trong cuộc sống. Sự đón nhận của bác sĩ Hoàng đã giúp Dương Tú trở thành người biết rút kinh nghiệm từ những lỗi lầm và học kỹ năng xử lý tình huống để có tương lai tốt đẹp như biết bao người khác.

**

Tiếng ho bật ra gần ban công tầng 2 khu nhà gỗ, vị trí thuận lợi để tôi chiêm ngưỡng màu xanh của cánh rừng nguyên sinh. Ngoảnh lại, thấy trợ lý Khôi đang thoăn thoắt pha trà, tôi nhắc cậu:

- Em uống thuốc chưa?

- Em không sao đâu, viêm họng xoàng thôi ấy mà.

Tôi biết trợ lý Khôi bị nhiễm lạnh từ hôm đầu tiên chúng tôi đến Tả Phìn Hồ nhưng vẫn gan lì không chịu uống thuốc. Thật dễ hiểu, khi bằng tuổi cậu, tôi cũng ảo tưởng về sức khỏe của mình, không chịu thừa nhận mình bị ốm, cho đến khi nào cơ thể không thể chịu đựng được nữa. Tạm quên cơn ho kéo dài của Khôi, tôi chợt nhớ ra gợi ý của nhà báo Hạnh.

- Khôi này, chị có thể phỏng vấn em một chút được không? Chị nghe chị Hạnh kể hình như em đang nghiên cứu về ruồi giấm?

Tôi vừa dứt câu cũng là lúc trợ lý Khôi sửa soạn xong bàn trà. Cậu có vẻ hào hứng với chủ đề tôi nêu ra.

- À... vâng, chị ngồi đi ạ.

Chúng tôi dành cho nhau cả một buổi chiều để trò chuyện về ruồi giấm. Qua lời kể của Khôi, tôi mới biết bác sĩ Hoàng đang có kế hoạch nghiên cứu chuyên sâu về chứng tự kỷ. Việc ông giao nhiệm vụ cho trợ lý Khôi quan sát ruồi giấm chính là một phần quan trọng trong kế hoạch dài hơi này. Bác sĩ Hoàng chưa bao giờ làm tôi hết ngạc nhiên. Trong lúc bận rộn với sứ mệnh cứu chữa bệnh nhân ung thư giai đoạn cuối, ông đã nghĩ đến việc thách đố bản thân ở một đề tài rất khó: dịch chuyển người mắc chứng tự kỷ - nhóm người đang chiếm 1% dân số thế giới.

Chỉ cần nhìn vào một phần khối lượng công việc bác sĩ Hoàng đang làm, người trẻ khỏe đã cảm thấy nguột sức, nói gì đến những người ở độ tuổi 70 như ông. Sự khác biệt của ông chính là tinh thần ham học, bất chấp tuổi tác và những đỉnh cao ông đã chinh phục. Tôi có cảm giác bộ não của ông không ngừng làm việc và thích nghi để dành chỗ những trải nghiệm mới. Khi ông thu được kiến thức hoặc thực hành một kỹ năng mới, não của ông sẽ tạo ra những con đường thần kinh mới. Điều đó giúp ông ứng phó nhanh nhạy với sự thay đổi từng giây, từng phút của thế giới. Học tập suốt đời là con đường để ông trở nên bất tử.

Ông là ví dụ điển hình về chủ đề "Học tập suốt đời dành cho người cao tuổi". Đây là giải pháp mở ra cánh cửa cho sự phát triển và hoàn thiện cũng như những tình huống xã hội mới. Những người trẻ như trợ lý Khôi hay như tôi cũng cần kỹ năng đó để chuẩn bị tốt hơn cho tương lai của mình. Nhìn vào bác sĩ Hoàng, tôi tin rằng học tập là cách giữ mãi mùa xuân trong hành trình cuộc đời. Nó sẽ rèn luyện trí nhớ của mình, cho mình nhiều cơ hội giao tiếp xã hội, giúp mình khỏe mạnh và hạnh phúc hơn.

***

Chúng tôi gói ghém hành lý lúc sáng sớm. Sương rúc vào phòng qua khe cửa, nũng nịu quẩn quanh như không muốn rời xa. Cảm giác thân quen này cũng làm tôi bịn rịn. Không biết khi nào mới có thể quay lại Tả Phìn Hồ cùng với những người mình đã gặp, cây thông, cây trà Shan tuyết, đàn dê đáng yêu như những chú cún con, và còn Dương Tú nữa... Tôi đã coi tất cả là tri kỷ của mình. Hành lý của tôi không có thêm món đồ nào mà dường như nặng gấp đôi so với ngày đặt chân đến đây.

Tôi và nhà báo Hạnh kì cạch kéo lê 2 chiếc vali đựng đầy cảm xúc, dừng chân trước phòng của bác sĩ Hoàng:

- Thầy ơi, đến giờ rồi ạ.

- Ờ, mấy đứa cứ ra trước. Thầy đang đọc dở tập truyện ngắn.

Đó là lần đầu tiên tôi thấy bác sĩ Hoàng nghỉ ngơi. Còn tôi, chưa bao giờ tôi thấy mình vui vẻ và phấn khởi như thế khi phải chờ đợi. Nhà báo Hạnh đã kịp tàng hình sau lớp sương trắng đục. Tôi đoán chị đang chạy ra cây cầu gỗ để săn hình mấy cụm hoa màu vàng chanh. Thấy trợ lý Khôi đang làm bạn với đàn cá cảnh ở sảnh chờ, tôi chạy ra nhập hội với cậu để tiếp tục mạch chuyện "ruồi giấm". Hình như chúng tôi đều muốn nán lại Tả Phìn Hồ lâu thêm chút nữa.

Tôi không thể lý giải điều gì đó trong sương mù khiến những buổi sáng ở đây bình yên và dễ chịu đến phát khóc. Sương mù vẫn di chuyển thành từng đám trong không gian, quấn quanh cây cối và làm chúng trông thật bí ẩn, đồng thời sương mù cũng khiến tôi chú ý đến xung quanh hơn. Nó muốn tôi dừng lại và quan sát những điều nhỏ nhặt mà tôi thường coi là đương nhiên, như những người tôi gặp hay những sự việc trong cuộc sống hàng ngày.

Thời khắc chuẩn bị cho cuộc chia ly tôi mới biết mình cũng là một phần của ngôi làng trong sương.

About the Author

Kiều Bích Thủy

* Sinh năm 1984 tại Hưng Yên.
* Nơi ở hiện tại: Hà Nội.
* Cử nhân nghệ thuật trường: Đại học Mỹ thuật Công nghiệp (năm 2008).
* Công việc hiện tại: tác giả tự do, viết báo, viết sách.

www.ingramcontent.com/pod-product-compliance
Lightning Source LLC
LaVergne TN
LVHW041554070526
838199LV00046B/1966